AF175908

Impressum
Verlag: BABADADA GmbH, Nedderfeld 112 , 22529 Hamburg
Geschäftsführer / Verlagsleitung: Harald Hof
Druck: Books on Demand GmbH, In de Tarpen 42, 22848 Norderstedt

Imprint
Publisher: BABADADA GmbH, Nedderfeld 112 , 22529 Hamburg, Germany
Managing Director / Publishing direction: Harald Hof
Print: Books on Demand GmbH, In de Tarpen 42, 22848 Norderstedt

โรงเรียน

school

ห้องเรียน
classroom
หาร
divide
186/2
กระดาน
board
สนามโรงเรียน
ครู
teacher
กระดาษ
paper
เขียน
write
ปากกา
pen
โต๊ะทำงาน
desk
ไม้บรรทัด
ruler
หนังสือ
book
นักเรียน
pupil

กระเป๋าหนังสือ

satchel

กล่องดินสอ

pencil case

ดินสอ

pencil

กบเหลาดินสอ

pencil sharpener

ยางลบ

rubber

สมุดวาดภาพ

drawing pad

ภาพวาด
drawing

พู่กัน
paintbrush

กล่องสี
paint box

กรรไกร
scissors

กาว
glue

สมุดแบบฝึกหัด
exercise book

การบ้าน
homework

12

ตัวเลข
number

2+2

บวก
add

5-2

ลบ
subtract

2×2

คูณ
multiply

คำนวณ
calculate

A

ตัวอักษร
letter

ABCDEFG
HIJKLMN
OPQRSTU
VWXYZ

อักษรพยัญชนะ
alphabet

คำ
word

ข้อความ

text

อ่าน

read

ชอล์ก

chalk

บทเรียน

lesson

ลงทะเบียน

register

การสอบ

exam

ใบรับรอง

certificate

ชุดนักเรียน

school uniform

การศึกษา

education

สารานุกรม

encyclopedia

มหาวิทยาลัย

university

กล้องจุลทรรศน์

microscope

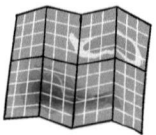

แผนที่

map

ตะกร้าใส่เศษกระดาษที่ไม่ใช้แล้ว

waste-paper basket

การท่องเที่ยว
travel

โรงแรม
hotel
Grand
โฮสเทล
hostel
ROOMS
CHANGE
สำนักงานแลกเปลี่ยนเงินตรา
bureau de change
กระเป๋าเดินทาง
suitcase
รถยนต์
car

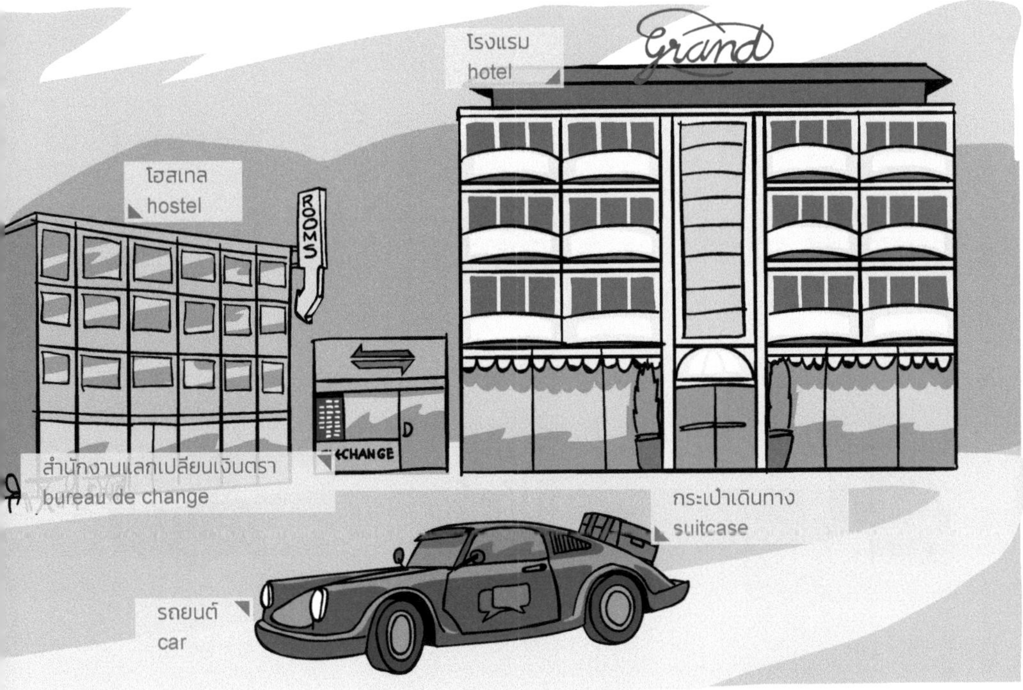

ภาษา
language

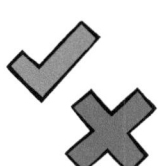

ใช่/ไม่ใช่
yes / no

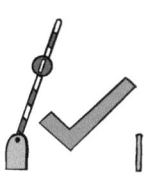

ตกลง
Okay

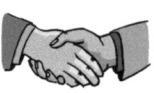

สวัสดี
hello

นักแปล
translator

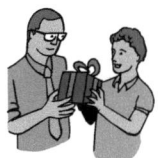

ขอบคุณ
Thank you

ราคาเท่าไหร่...?

how much is...?

ฉันไม่เข้าใจ

I do not understand

ปัญหา

problem

สวัสดีตอนเย็น

Good evening!

สวัสดีตอนเช้า

Good morning!

ราตรีสวัสดิ์

Good night!

แล้วพบกันใหม่

bye bye

ทิศทาง

direction

กระเป๋าเดินทาง

luggage

กระเป๋า

bag

กระเป๋าสะพายหลัง

backpack

แขก

guest

ห้อง

room

ถุงนอน

sleeping bag

เต้นท์

tent

ข้อมูลนักท่องเที่ยว

tourist information

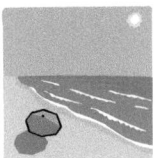

ชายหาด

beach

บัตรเครดิต

credit card

มื้อเช้า

breakfast

มื้อกลางวัน

lunch

มื้อเย็น

dinner

ตั๋ว

ticket

ลิฟต์

lift

แสตมป์

stamp

พรมแดน

border

ภาษีศุลกากร

customs

สถานทูต

embassy

วีซ่า

visa

พาสปอร์ต

passport

ขนส่ง

transport

aeroplane
เรือใหญ่
ship
รถดับเพลิง
fire engine
รถโดยสารประ
bus
รถบรรทุก
truck
เรือยนต์
motorboat
จักรยาน/จักรยานยนต์
bike
รถยนต์
car

เรือข้ามฟาก

ferry

เรือ

boat

รถจักรยานยนต์

motorbike

รถตำรวจ

police car

รถแข่ง

racing car

รถเช่า

rental car

การแบ่งกันใช้รถยนต์

car sharing

รถลาก

breakdown truck

รถขยะ

refuse truck

เครื่องยนต์

motor

เชื้อเพลิง

fuel

ปั้มน้ำมัน

petrol station

เครื่องหมายจราจร

traffic sign

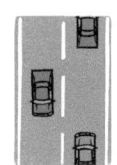

การจราจร

traffic

การจราจรติดขัด

traffic jam

ที่จอดรถ

car park

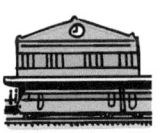

สถานีรถไฟ

train station

รางรถไฟ

tracks

รถไฟ

train

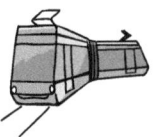

รถราง

tram

ตู้รถไฟ

carriage

เฮลิคอปเตอร์

helicopter

สนามบิน

airport

หอคอย

tower

ผู้โดยสาร

passenger

ตู้บรรจุสินค้า

container

กล่องกระดาษ

carton

รถเข็น/รถลาก

cart

ตะกร้า

basket

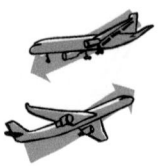

บินขึ้น/ ลงจอด

take off / land

เมือง

city

หมู่บ้าน

village

ใจกลางเมือง

city centre

บ้าน

house

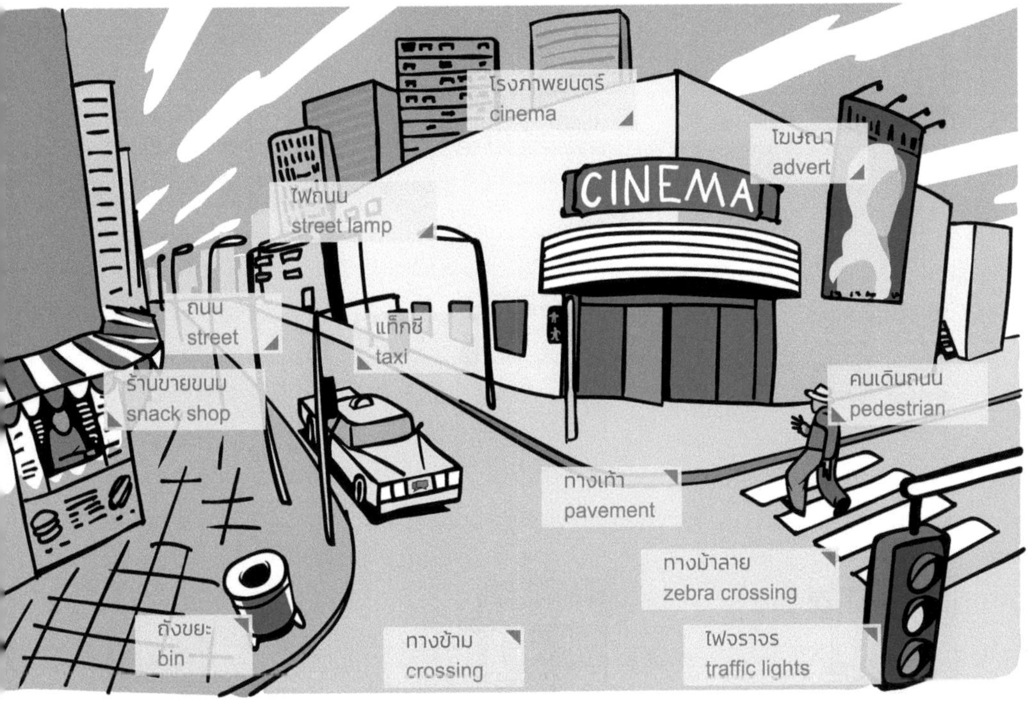
โรงภาพยนตร์
cinema
CINEMA
โฆษณา
advert
ไฟถนน
street lamp
ถนน
street
แท็กซี่
taxi
ร้านขายขนม
snack shop
คนเดินถนน
pedestrian
ทางเท้า
pavement
ทางม้าลาย
zebra crossing
ถังขยะ
bin
ทางข้าม
crossing
ไฟจราจร
traffic lights

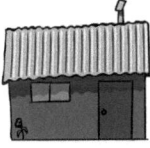

กระท่อม

hut

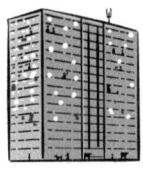

แฟลต

flat

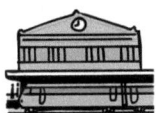

สถานีรถไฟ

train station

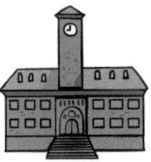

ศาลากลางจังหวัด

town hall

MUSEUM

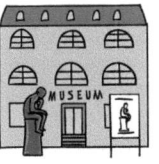

พิพิธภัณฑ์

museum

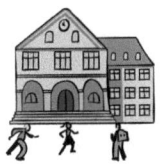

โรงเรียน

school

มหาวิทยาลัย
university

ธนาคาร
bank

โรงพยาบาล
hospital

โรงแรม
hotel

ร้านขายยา
pharmacy

สำนักงาน
office

ร้านขายหนังสือ
book shop

ร้านค้า
shop

ร้านขายดอกไม้
florist's

ซูเปอร์มาร์เก็ต
supermarket

ตลาด
market

ห้างสรรพสินค้า
department store

ร้านขายปลา
fishmonger's

ศูนย์การค้า
shopping centre

ท่าเรือ
harbour

สวนสาธารณะ

park

ม้านั่ง

bench

สะพาน

bridge

บันได

stairs

รถไฟใต้ดิน

underground

อุโมงค์

tunnel

ป้ายรถเมล์

bus stop

บาร์

bar

ร้านอาหาร

restaurant

ตู้ไปรษณีย์

postbox

ป้ายชื่อถนน

street sign

มิเตอร์เก็บค่าจอดรถ

parking meter

สวนสัตว์

zoo

สระว่ายน้ำ

swimming pool

สุเหร่า/มัสยิด

mosque

เมือง - city

ฟาร์ม
farm

มลพิษ
pollution

สุสาน
graveyard

โบสถ์
church

สนามเด็กเล่น
playground

วัด
temple

ภูมิประเทศ
landscape

ใบไม้
leaf

ป้ายบอกทาง
signpost

ทาง
way

ทุ่งหญ้า
meadow

ก้อนหิน
stone

ต้นไม้
tree

นักเดินทางไกลด้วยเท้า
hiker

แม่น้ำ
river

หญ้า
grass

ดอกไม้
flower

หุบเขา

valley

เนินเขา

hill

ทะเลสาบ

lake

ป่า

forest

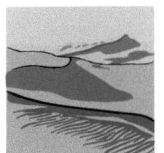

ทะเลทราย

desert

ภูเขาไฟ

volcano

คฤหาสน์

castle

รุ้งกินน้ำ

rainbow

เห็ด

mushroom

ต้นปาล์ม

palm tree

ยุง

mosquito

แมลงวัน

fly

มด

ant

ผึ้ง

bee

แมงมุม

spider

แมลงปีกแข็ง
beetle

กบ
frog

กระรอก
squirrel

เม่น
hedgehog

กระต่ายป่า
hare

นกฮูก
owl

นก
bird

หงส์
swan

หมูป่าตัวผู้
boar

กวาง
deer

กวางมูส
moose

เขื่อน
dam

กังหันลม
wind turbine

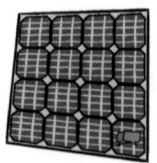
แผงโซล่าเซลล์
solar panel

สภาพอากาศ
climate

ร้านอาหาร
restaurant

บริกรชาย
waiter
รายการอาหาร
menu
เก้าอี้
chair
ซุป
soup
พิซซ่า
pizza
เครื่องใช้บนโต๊ะอาหาร
cutlery
ผ้าปูโต๊ะ
tablecloth

อาหารเรียกน้ำย่อย

starter

อาหารจานหลัก

main course

ของหวาน

dessert

เครื่องดื่ม

drinks

อาหาร

food

ขวด

bottle

อาหารจานด่วน

fast food

ร้านข้างถนน

street food

กาน้ำชา

teapot

โถใส่น้ำตาล

sugar bowl

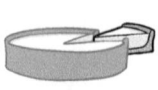

ส่วนแบ่งอาหารสำหรับหนึ่งคน

portion

เครื่องชงกาแฟเอสเปรสโซ่

espresso machine

เก้าอี้สูง

high chair

ใบเสร็จ

bill

ถาด

tray

มีด

knife

ส้อม

fork

ช้อน

spoon

ช้อนชา

teaspoon

ผ้าเช็ดปากบนโต๊ะอาหาร

serviette

แก้วน้ำ

glass

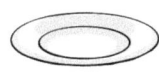

จาน

plate

จานซุป

soup plate

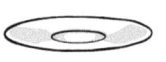

จานรอง

saucer

ซอส

sauce

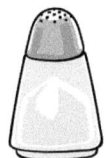

กระปุกเกลือ

salt pot

กระปุกบดพริกไทย

pepper mill

น้ำส้มสายชู

vinegar

น้ำมันที่ใช้ปรุงอาหาร

oil

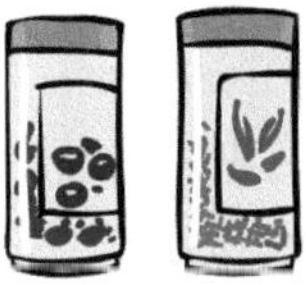

เครื่องเทศ

spices

ซอสมะเขือเทศ

ketchup

มัสตาร์ด

mustard

มายองเนส

mayonnaise

ซูเปอร์มาร์เก็ต

supermarket

ข้อเสนอพิเศษ
special offer
ลูกค้า
customer
ผลิตภัณฑ์ที่ทำจากนม
dairy
ผลไม้
fruit
รถเข็น
trolley

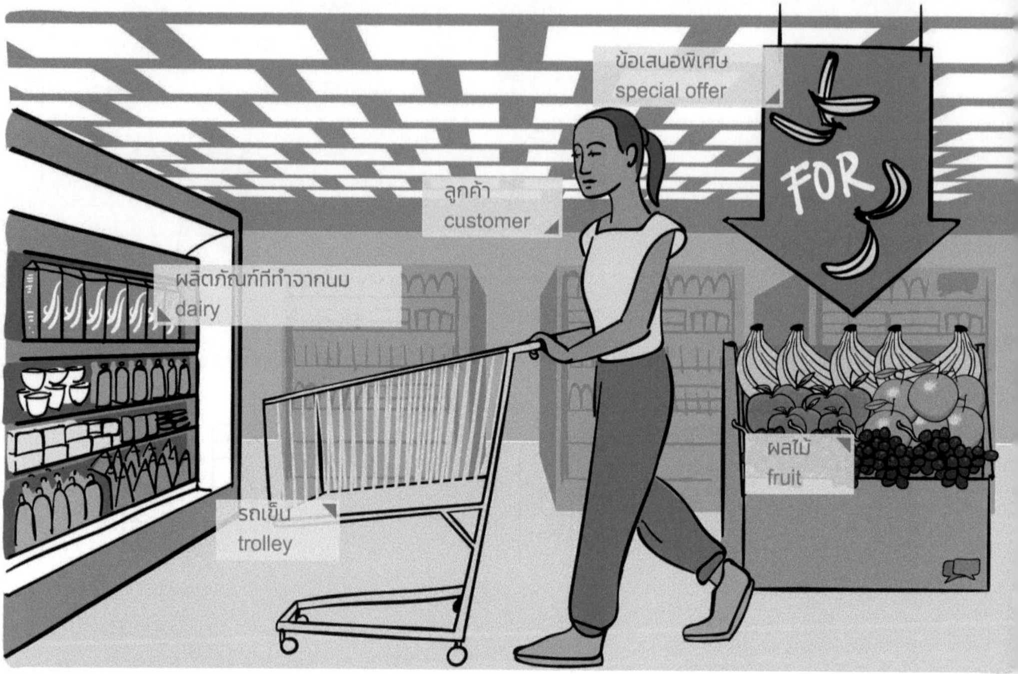

ร้านขายเนื้อ

butcher´s

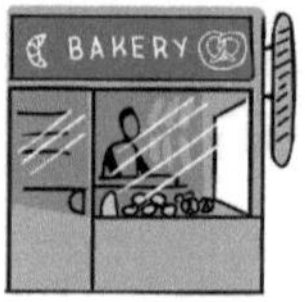

ร้านขายขนมปัง

baker´s

ชั่งน้ำหนัก

weigh

ผัก

vegetables

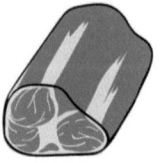

เนื้อ

meat

อาหารแช่แข็ง

frozen food

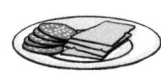

อาหารเนื้อตัดเย็น

cold meat

อาหารกระป๋อง

tinned food

ผงซักฟอก

washing powder

ขนมหวาน/ลูกกวาด

sweets

ผลิตภัณฑ์ในครัวเรือน

household products

ผลิตภัณฑ์ทำความสะอาด

cleaning products

พนักงานขายหญิง

salesperson

เครื่องคิดเงิน

till

พนักงานจ่ายเงิน

cashier

รายการซื้อของ

shopping list

เวลาเปิดทำการ

opening hours

กระเป๋าสตางค์

wallet

บัตรเครดิต

credit card

กระเป๋า

bag

ถุงพลาสติก

plastic bag

เครื่องดื่ม

drinks

น้ำเปล่า

water

น้ำผลไม้

juice

นม

milk

โค้ก

coke

ไวน์

wine

เบียร์

beer

แอลกอฮอล์

alcohol

โกโก้

cocoa

ชา

tea

กาแฟ

coffee

เอสเปรสโซ่

espresso

คาปูชิโน่

cappuccino

อาหาร

food

กล้วย

banana

แอปเปิ้ล

apple

ส้ม

orange

เมลอน

melon

มะนาว

lemon

แครอท

carrot

กระเทียม

garlic

ต้นไผ่

bamboo

หัวหอม

onion

เห็ด

mushroom

ถั่ว

nuts

ก๋วยเตี๋ยว

noodles

สปาเก็ตตี

spaghetti

ข้าว

rice

สลัด

salad

มันฝรั่งทอด

chips

มันฝรั่งทอด

fried potatoes

พิซซ่า

pizza

แฮมเบอร์เกอร์

hamburger

แซนด์วิช

sandwich

ชิ้นเนื้อไร้กระดูก

cutlet

แฮม

ham

ไส้กรอกแห้งซาลามิ

salami

ไส้กรอก

sausage

ไก่

chicken

ย่าง/ปิ้ง

roast

ปลา

fish

โจ๊กข้าวโอ๊ต

porridge oats

ธัญพืชอบกรอบ

muesli

คอร์นเฟล็ค

cornflakes

แป้งทำอาหาร

flour

ครัวซองค์

croissant

ขนมปังสโคน

bread roll

ขนมปัง

bread

ขนมปังปิ้ง

toast

บิสกิต

biscuits

เนย

butter

นมข้น

curd

เค้ก

cake

ไข่

egg

ไข่ดาว

fried egg

ชีส

cheese

ไอศกรีม

ice cream

น้ำตาล

sugar

น้ำผึ้ง

honey

แยม

jam

ช็อกโกแลตครีมสเปรด

chocolate spread

แกงกะหรี

curry

ฟาร์ม
farm

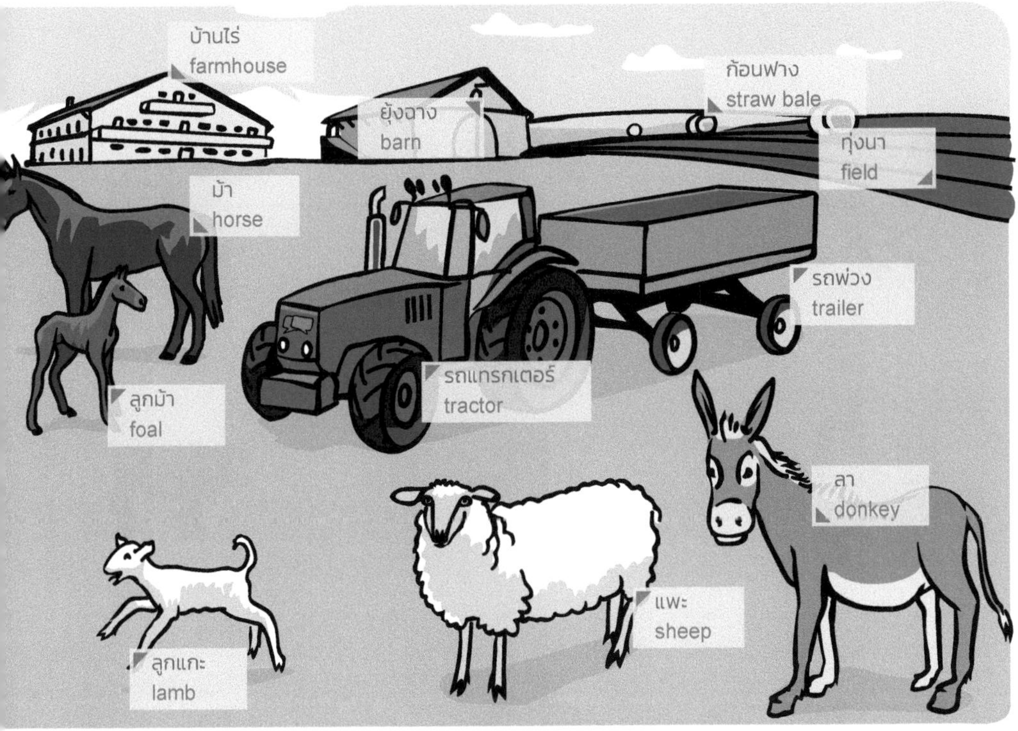
บ้านไร่
farmhouse
ยุ้งฉาง
barn
ก้อนฟาง
straw bale
ทุ่งนา
field
ม้า
horse
รถพ่วง
trailer
รถแทรกเตอร์
tractor
ลูกม้า
foal
ลา
donkey
แพะ
sheep
ลูกแกะ
lamb

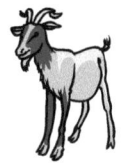

แพะ

goat

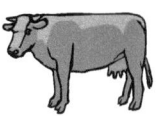

วัวตัวเมีย

cow

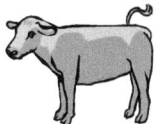

ลูกวัว

calf

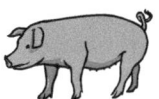

หมู

pig

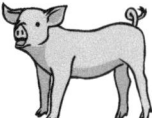

ลูกหมู

piglet

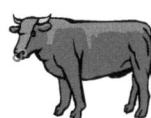

วัวตัวผู้

bull

ห่าน

goose

เป็ด

duck

ลูกไก่

chick

แม่ไก่

hen

ไก่ตัวผู้

cock

หนู

rat

แมว

cat

หนู

mouse

วัวตัวผู้สำหรับใช้แรงงานในฟาร์ม

ox

สุนัข

dog

บ้านสุนัข

doghouse

สายยางที่ใช้ในสวน

garden hose

บัวรดน้ำต้นไม้

watering can

เคียวด้ามยาว

scythe

คันไถ

plough

เคียว

sickle

จอบ

hoe

คราด

pitchfork

ค้อน

axe

รถเข็นล้อเดียว

wheelbarrow

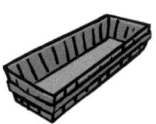

รางน้ำ

trough

ถังใส่นม

milk can

กระสอบ

sack

รั้ว

fence

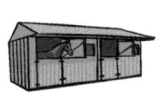

คอกม้า

stable

เรือนกระจก

greenhouse

ดิน

soil

เมล็ดพืช

seed

ปุ๋ย

fertilizer

เครื่องเกี่ยวนวดข้าว

combine harvester

เก็บเกียว

harvest

การเก็บเกียว

harvest

มันเทศ

yams

ข้าวสาลี

wheat

ถั่วเหลือง

soy

มันฝรั่ง

potato

ข้าวโพด

corn

ดอกเรพซีด

rapeseed

ต้นไม้ทีออกผล

fruit tree

มันสำปะหลัง

cassava

ธัญพืช

cereals

บ้าน

house

ปล่องไฟ
chimney
หลังคา
roof
รางน้ำฝน
drainpipe
หน้าต่าง
window
โรงรถ
garage
กริ่งหน้าประตู
doorbell
ประตู
door
ถังขยะ
rubbish bin
กล่องจดหมาย
letterbox
สวน
garden

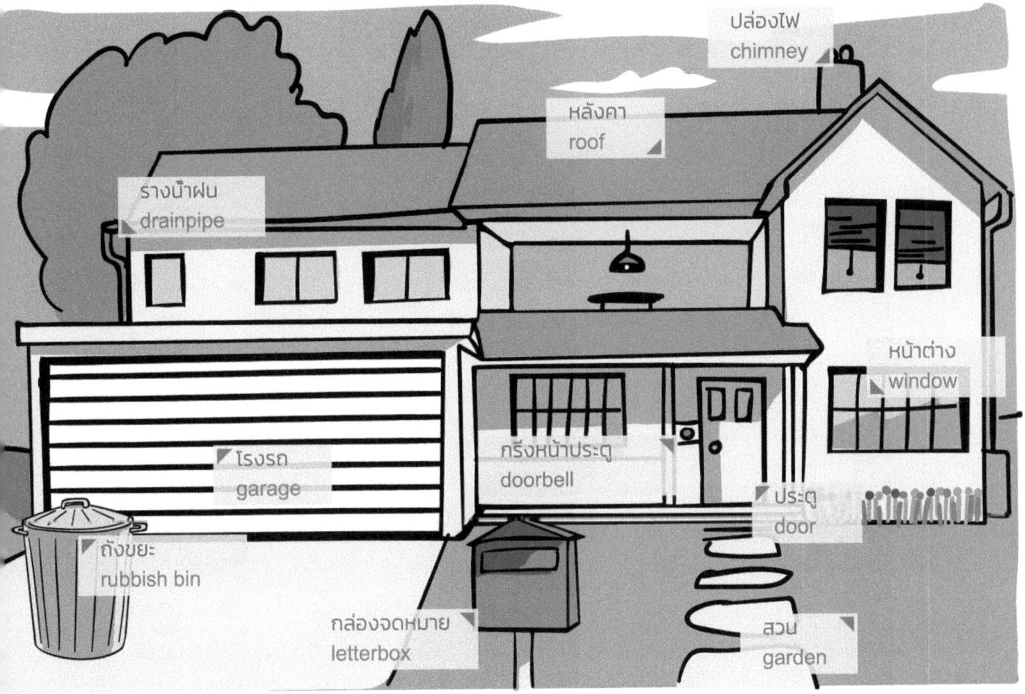

ห้องนั่งเล่น

living room

ห้องน้ำ

bathroom

ห้องครัว

kitchen

ห้องนอน

bedroom

ห้องพักสำหรับเด็ก

child's room

ห้องอาหาร

dining room

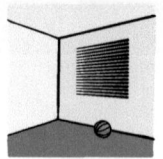

พื้น

floor

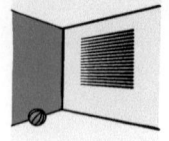

ผนัง

wall

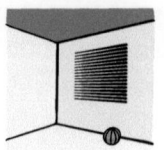

เพดาน

ceiling

ห้องเก็บของใต้ดิน

cellar

ซาวน่า

sauna

ระเบียง

balcony

ลานตะพักลำน้ำ

terrace

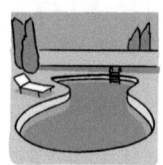

สระว่ายน้ำ

pool

เครื่องตัดหญ้า

lawn mower

ผ้าปูที่นอน

sheet

ผ้าคลุมเตียง

bedspread

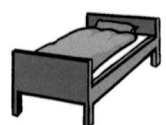

เตียง

bed

ไม้กวาด

broom

ถังน้ำ

bucket

สวิตซ์

switch

ห้องนั่งเล่น

living room

วอลเปเปอร์
wallpaper
ภาพ
picture
โคมไฟ
lamp
shelf
ตู้
cupboard
โทรทัศน์
television
เตาผิง
fireplace
ดอกไม้
flower
เบาะ
cushion
โซฟา
sofa
แจกัน
vase
รีโมทคอนโทรล
remote control

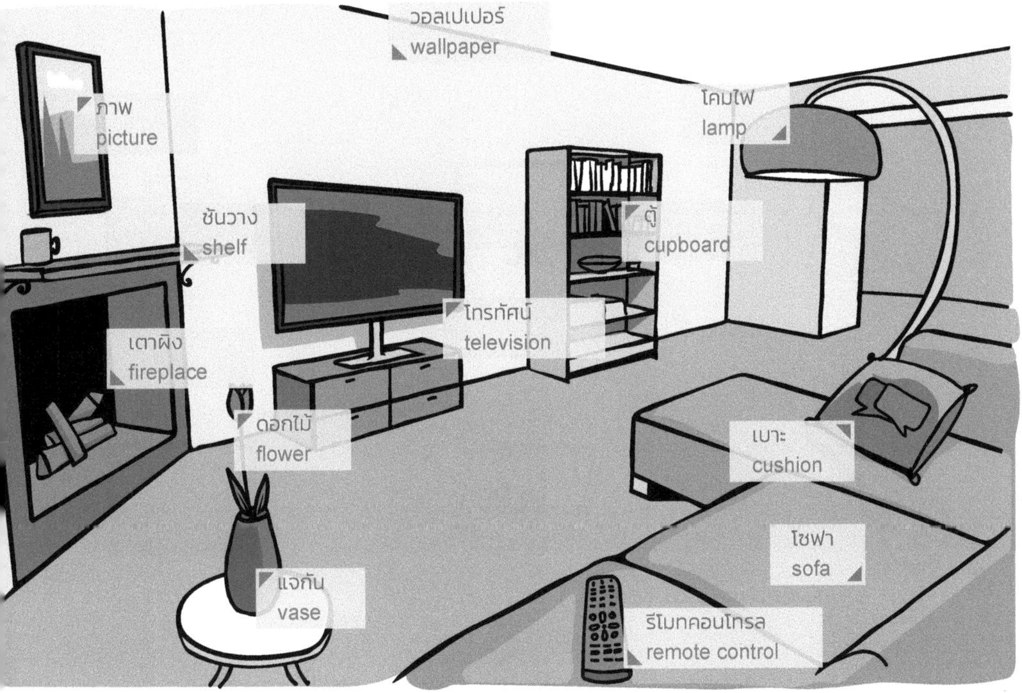

พรมเช็ดเท้า

carpet

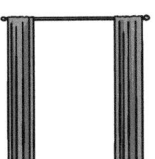

ผ้าม่าน

curtain

โต๊ะ

table

เก้าอี้

chair

เก้าอี้โยก

rocking chair

เก้าอี้ที่มีที่วางแขน

armchair

หนังสือ
book

ผ้าห่ม
blanket

ของตกแต่ง
decoration

ฟืน
firewood

ภาพยนตร์
film

เครื่องเสียงระบบไฮไฟ
hi-fi equipment

กุญแจ
key

หนังสือพิมพ์
newspaper

จิตรกรรม
painting

โปสเตอร์
poster

วิทยุ
radio

สมุด
notepad

เครื่องดูดฝุ่น
hoover

ตะบองเพชร
cactus

เทียนไข
candle

ห้องครัว

kitchen

ตู้เย็น
fridge
ไมโครเวฟ
microwave oven
เครื่องชั่งน้ำหนักอาหาร
เครื่องปิ้งขนมปัง
toaster
ผงซักฟอก
detergent
เตาอบ
oven
ช่องแข็งในตู้เย็น
freezer
ถังขยะ
rubbish bin
เครื่องล้างจาน
dishwasher

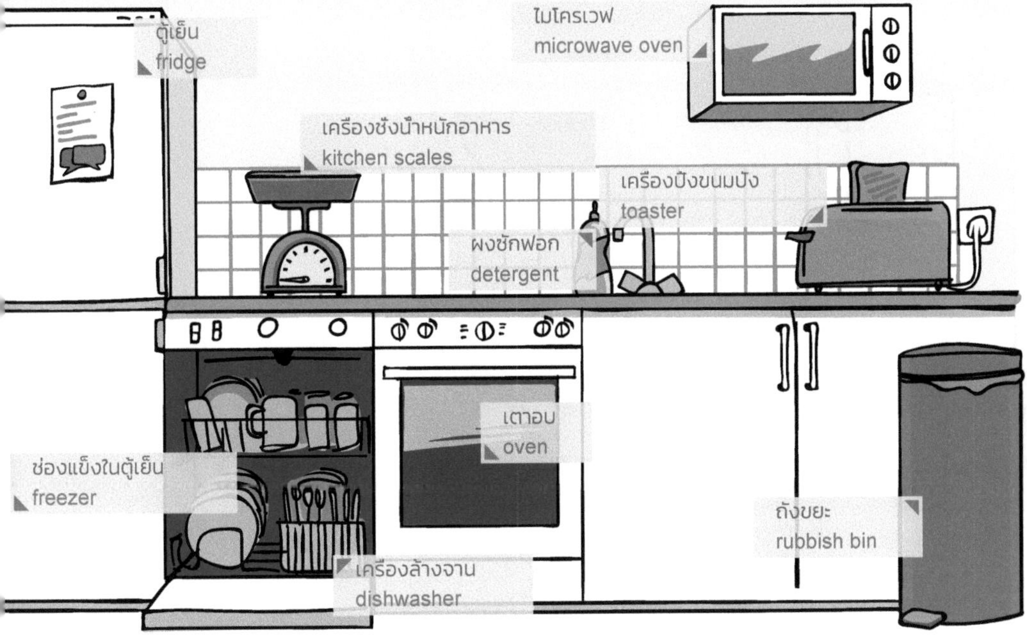

เตาปรุงอาหาร

cooker

หม้อ

pot

หม้อเหล็กหล่อ

cast-iron pot

กระทะจีน

wok / kadai

กระทะ

pan

กาต้มน้ำ

kettle

หม้อไอน้ำ

steamer

ถาดอบ

baking tray

เครื่องถ้วยชาม

crockery

เหยือก

mug

ชาม

bowl

ตะเกียบ

chopsticks

ทัพพีด้ามยาว

ladle

ตะหลิว

spatula

ที่ตีไข่

whisk

ที่กรอง

strainer

กระชอน

sieve

ที่ขูด

grater

ครก

mortar

บาร์บีคิว

barbecue

แคมป์ไฟถาวร

open fire

เขียง

chopping board

ไม้นวดแป้ง

rolling pin

สว่านเปิดจุกขวด

corkscrew

กระป๋อง

can

ที่เปิดกระป๋อง

can opener

ถุงมือจับของร้อน

pot holder

อ่างล้างจาน

sink

แปรง

brush

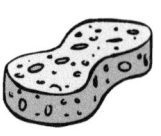

ฟองน้ำ

sponge

เครื่องปั่น

blender

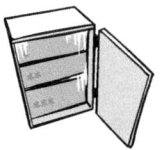

ตู้แช่แข็ง

deep freezer

ขวดนม

baby bottle

ก๊อกน้ำ

tap

ห้องน้ำ
bathroom

ฝักบัว
shower
เครื่องทำความร้อน
heating
ผ้าเช็ดมือ
towel
ม่านห้องน้ำ
shower curtain
สบู่ทำฟอง
bubble bath
อ่างอาบน้ำ
bathtub
แก้วน้ำ
glass
เครื่องซักผ้า
washing machine
ก๊อกน้ำ
tap
กระเบื้อง
tiles
โถส้วมสำหรับเด็ก
potty
อ่างล้างจาน
sink

ห้องส้วม

toilet

ส้วมนั่งยอง

squat toilet

โถปัสสาวะหญิง

bidet

โถปัสสาวะชาย

urinal

กระดาษชำระสำหรับใช้ในห้องน้ำ

toilet paper

แปรงขัดห้องน้ำ

toilet brush

แปรงสีฟัน

toothbrush

ยาสีฟัน

toothpaste

ไหมขัดฟัน

dental floss

ล้าง

wash

ฝักบัวมือ

handheld shower

สายฉีดชำระ

douche

อ่างล้างหน้า

basin

แปรงถูหลัง

back brush

สบู่

soap

เจลอาบน้ำ

shower gel

แชมพู

shampoo

ผ้าสักหลาด

flannel

ท่อระบายน้ำทิ้ง

drain

ครีม

cream

ผลิตภัณฑ์ระงับกลิ่นตัว

deodorant

กระจก

mirror

กระจกถือ

hand mirror

ที่โกนหนวด

razor

โฟมโกนหนวด

shaving foam

โลชั่นบำรุงผิวหลังโกนหนวด

aftershave

หวี

comb

แปรง

brush

ไดร์เป่าผม

hair dryer

สเปรย์ฉีดผม

hairspray

ชุดเครื่องสำอาง

makeup

ลิปสติก

lipstick

น้ำยาทาเล็บ

nail varnish

สำลี

cotton wool

กรรไกรตัดเล็บ

nail scissors

น้ำหอม

perfume

กระเป๋าอาบน้ำ

washbag

เก้าอี้สามขา

stool

เครื่องชั่งน้ำหนัก

weighing scale

เสื้อคลุมอาบน้ำ

bathrobe

ถุงมือยาง

rubber gloves

ผ้าอนามัยแบบสอด

tampon

ผ้าอนามัย

sanitary towel

ส้วมเคมี

chemical toilet

ห้องพักสำหรับเด็ก

child's room

นาฬิกาปลุก
alarm clock
ของเล่นน่ารักน่ากอด
cuddly toy
รถยนต์ของเล่น
toy car
ของเล่นประเภทเขย่าแล้วมีเสียง
rattle
บ้านตุ๊กตา
doll's house
ของขวัญ
present

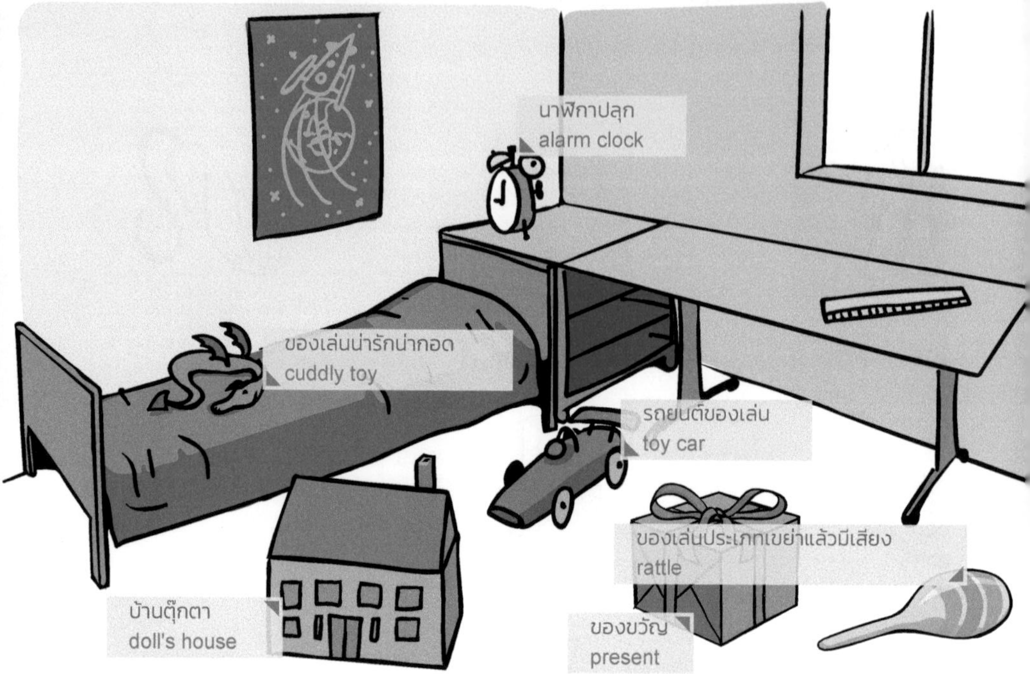

ลูกโป่ง

balloon

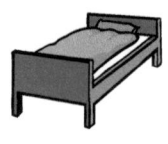

เตียง

bed

รถเข็นเด็ก

pram

สำรับไพ่

deck of cards

จิ๊กซอว์

jigsaw

หนังสือการ์ตูน

comic

ตัวต่อเลโก้

lego bricks

บล็อกของเล่น

building blocks

ฟิกเกอร์แบบขยับท่าทางได้

action figure

เสื้อผ้าทารก

babygrow

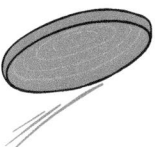

จานร่อน

frisbee

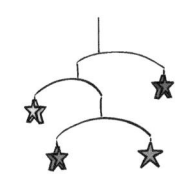

โมบายแขวนหัวเตียงเด็ก

mobile

เกมกระดาน

board game

ลูกเต๋า

dice

ชุดรถไฟจำลอง

model train set

หุ่น

dummy

ปาร์ตี้

party

หนังสือภาพ

picture book

ลูกบอล

ball

ตุ๊กตา

doll

เล่น

play

หลุมทราย
sandpit

ชิงช้า
swing

ของเล่น
toys

เครื่องเล่นวิดีโอเกม
video game console

รถจักรยานสามล้อ
tricycle

ตุ๊กตาหมี
teddy bear

ตู้เสื้อผ้า
wardrobe

เสื้อผ้า
clothing

ถุงเท้า
socks

ถุงน่อง
stockings

กางเกงรัดรูป
tights

ผ้าพันคอ
scarf

ร่ม
umbrella

เสื้อยืดคอกลม
t-shirt

เข็มขัด
belt

ร้องเท้าบูท
boots

รองเท้าสวมเดินในบ้าน
slippers

รองเท้ากีฬา
trainers

รองเท้าแตะ
sandals

รองเท้า
shoes

ร้องเท้าบูทยาง
rubber boots

กางเกงชั้นใน
underpants

ยกทรง
bra

เสื้อกล้าม
vest

เสื้อผ้า - clothing

45

เสื้อรัดรูป

body

กางเกงขายาว

trousers

กางเกงยีน

jeans

กระโปรง

skirt

เสื้อเชิ้ตสตรี

blouse

เสื้อเชิ้ต

shirt

เสื้อกันหนาว

pullover

เสื้อคลุมมีหมวก

hoodie

เสื้อเบลเซอร์

blazer

เสื้อแจ็กเก็ต

jacket

เสื้อโค้ท

coat

เสื้อกันฝน

raincoat

เครื่องแต่งกาย

costume

ชุดเดรส

dress

ชุดแต่งงาน

wedding dress

เสื้อสูท

suit

ชุดราตรี

nightgown

ชุดนอน

pyjamas

ผ้าส่าหรี

sari

ฮิญาบ

headscarf

ผ้าโพกศรีษะ

turban

เสื้อบุรุเกาะ

burqa

เสื้อคลุมคาฟตาน

kaftan

เสื้อคลุมอบายะห์

abaya

ชุดว่ายน้ำ

swimsuit

กางเกงว่ายน้ำ

trunks

กางเกงขาสั้น

shorts

ชุดวอร์ม

tracksuit

ผ้ากันเปื้อน

apron

ถุงมือ

gloves

กระดุม

button

แว่นตา

glasses

กำไลข้อมือ

bracelet

สร้อยคอ

necklace

แหวน

ring

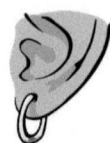

ต่างหู

earring

หมวกแก๊ป

cap

ทีแขวนเสื้อโค้ท

coat hanger

หมวกปีกกว้าง

hat

เนคไท

tie

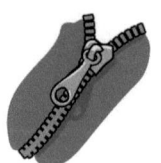

ซิป

zip

หมวกกันน็อก

helmet

สายโยงกางเกง

braces

ชุดนักเรียน

school uniform

เครื่องแบบ

uniform

ผ้ากันเปื้อนเด็ก

bib

หุ่น

dummy

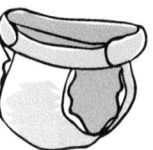

ผ้าอ้อม

nappy

สำนักงาน
office

เซิร์ฟเวอร์
server
ตู้เก็บเอกสาร
filing cabinet
ปริ้นเตอร์/เครื่องพิมพ์
printer
กระดาษ
paper
หน้าจอ
monitor
เมาส์
mouse
โต๊ะทำงาน
desk
แฟ้ม
folder
แป้นพิมพ์
keyboard
ร้าใส่เศษกระดาษที่ไม่ใช้แล้ว
te-paper basket
เก้าอี้
chair
คอมพิวเตอร์
computer

แก้วมัคใส่กาแฟ

coffee mug

เครื่องคิดเลข

calculator

อินเตอร์เน็ต

internet

คอมพิวเตอร์แบบพกพา

laptop

จดหมาย

letter

ข้อความ

message

โทรศัพท์มือถือ

mobile

เครือข่าย

network

เครื่องถ่ายเอกสาร

photocopier

ซอฟต์แวร์

software

โทรศัพท์

telephone

ปลั๊กตัวเมีย/เต้าเสียบ

plug socket

เครื่องแฟกซ์

fax machine

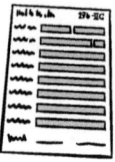

แบบฟอร์ม

form

เอกสาร

document

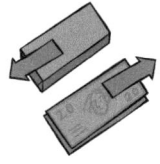

ซื้อ

buy

จ่าย

pay

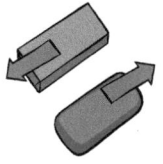

แลกเปลี่ยน

trade

เงิน

money

ดอลลาร์

dollar

ยูโร

euro

เยน

yen

รูเบิล

rouble

ฟรังก์สวิส

Swiss franc

หยวนเหรินหมินปี้

renminbi yuan

รูปี

rupee

เครื่องสำหรับกดเงินสดจากธนาคาร

cashpoint

สำนักงานแลกเปลี่ยนเงินตรา

bureau de change

ทอง

gold

เงิน

silver

น้ำมัน

oil

พลังงาน

energy

ราคา

price

สัญญา

contract

ภาษี

tax

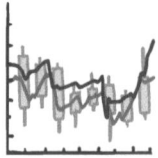

หุ้น

stock

ทำงาน

work

ลูกจ้าง

employee

นายจ้าง

employer

โรงงาน

factory

ร้านค้า

shop

อาชีพ
occupations

เจ้าหน้าที่ตำรวจ
police officer
พนักงานดับเพลิง
fireman
พ่อครัว
cook
หมอ
doctor
นักบิน
pilot

ชาวสวน

gardener

ช่างไม้

carpenter

ช่างเย็บผ้าที่เป็นผู้หญิง

seamstress

ผู้พิพากษา

judge

นักเคมี

chemist

นักแสดงชาย

actor

คนขับรถประจำทาง

bus driver

คนขับรถแท็กซี่

taxi driver

ชาวประมง

fisherman

แม่บ้านทำความสะอาด

cleaning lady

ช่างมุงหลังคา

roofer

บริกรชาย

waiter

นายพราน

hunter

จิตรกร

painter

คนทำขนมปัง

baker

ช่างไฟฟ้า

electrician

ช่างก่อสร้าง

builder

วิศวกร

engineer

คนขายเนื้อ

butcher

ช่างประปา

plumber

บุรุษไปรษณีย์

postman

ทหาร

soldier

สถาปนิก

architect

พนักงานจ่ายเงิน

cashier

คนขายดอกไม้

florist

ช่างทำผม

hairdresser

พนักงานตรวจตั๋ว

conductor

ช่างซ่อมรถยนต์

mechanic

กัปตัน

captain

ทันตแพทย์

dentist

นักวิทยาศาสตร์

scientist

แรบไบ

rabbi

อิหม่าม

imam

พระ

monk

พระ/นักบวช

clergyman

เครื่องมือ

tools

hammer
คีม
pliers
screwdriver
ประแจ
spanner
ไฟฉาย
torch

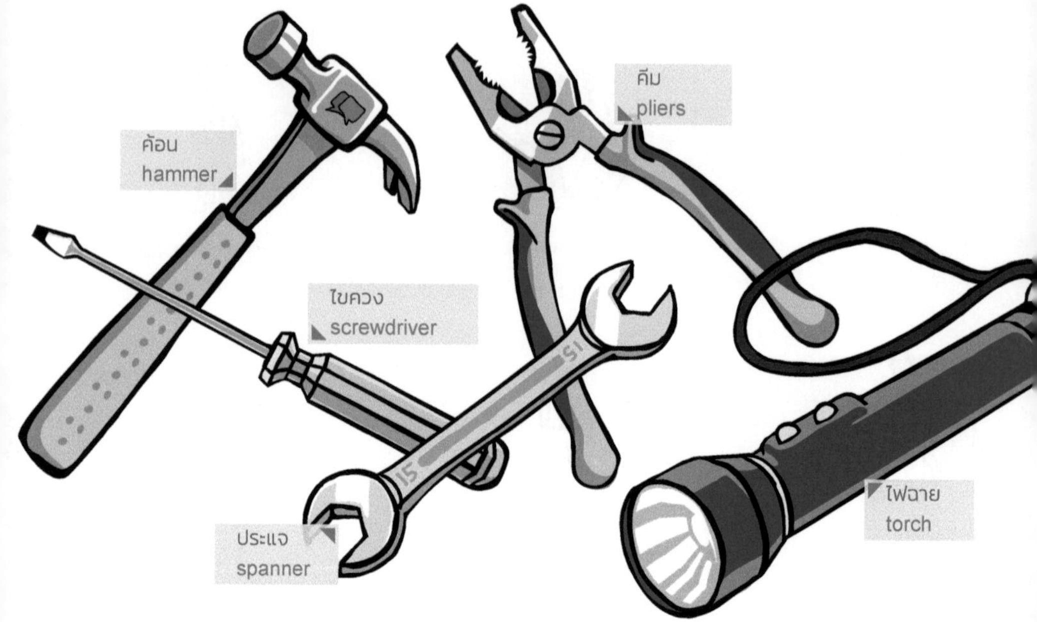

เครื่องขุด

digger

กล่องเครื่องมือ

toolbox

กระได

ladder

เลื่อย

saw

ตะปู

nails

สว่าน

drill

ซ่อมแซม

repair

พลั่ว

shovel

ตายห่า!

Damn!

ที่โกยขยะ

dustpan

ถังสี

paint pot

สกรู

screws

เครื่องดนตรี
musical instruments

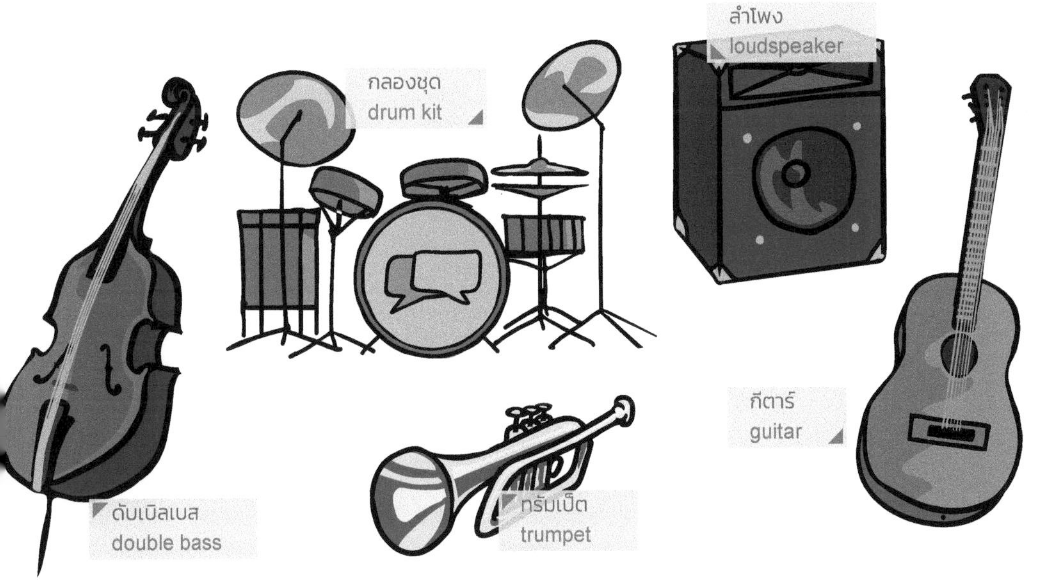

ลำโพง
loudspeaker
กลองชุด
drum kit
กีตาร์
guitar
ดับเบิลเบส
double bass
ทรัมเป็ต
trumpet

เปียโน

piano

ไวโอลิน

violin

เบส

bass

กลองทิมปานี

timpani

กลอง

drums

คีย์บอร์ด

keyboard

แซ็กโซโฟน

saxophone

ฟลูต

flute

ไมโครโฟน

microphone

สวนสัตว์

ZOO

ทางเข้า
entrance
เสือ
tiger
กรง
cage
ม้าลาย
zebra
animal feed
หมีแพนด้า
panda

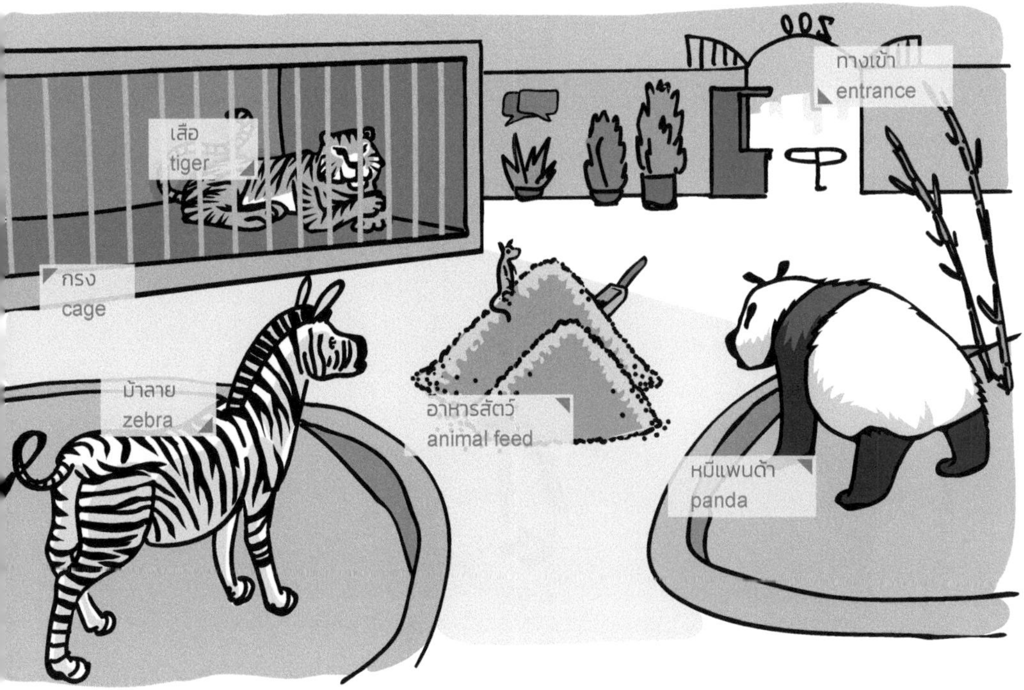

สัตว์

animals

ช้าง

elephant

จิงโจ้

kangaroo

แรด

rhino

กอริลล่า

gorilla

หมี

bear

อูฐ

camel

นกกระจอกเทศ

ostrich

สิงโต

lion

ลิง

monkey

นกฟลามิงโก

flamingo

นกแก้ว

parrot

หมีขั้วโลก

polar bear

เพนกวิน

penguin

ฉลาม

shark

นกยูง

peacock

งู

snake

จระเข้

crocodile

ผู้ดูแลสัตว์

zookeeper

แมวน้ำ

seal

เสือจากัวร์

jaguar

ม้าพันธุ์เล็ก

pony

เสือดาว

leopard

ฮิปโป

hippo

ยีราฟ

giraffe

เหยี่ยว

eagle

หมูป่าตัวผู้

boar

ปลา

fish

เต่า

turtle

ช้างน้ำ

walrus

จิ้งจอก

fox

กาเซลล์

gazelle

sports

American football
ขี่จักรยาน
cycling
เทนนิส
tennis
บาสเกตบอล
basketball
ว่ายน้ำ
swimming
มวย
boxing
ฮอคกี้น้ำแข็ง
ice hockey

ฟุตบอล

football

แบดมินตัน

badminton

กรีฑา

athletics

แฮนด์บอล

handball

สกี

skiing

กีฬาโปโลน้ำ

polo

กระโดด
jump

หัวเราะ
laugh

กอด
hug

เดิน
walk

ร้องเพลง
sing

ฝัน
dream

ภาวนา/สวดมนต์
pray

จูบ
kiss

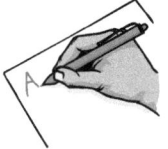

เขียน

write

วาดภาพ

draw

แสดง

show

ผลัก

push

ให้

give

เอาไป

take

มี

have

ทำ

do

เป็น

be

ยืน

stand

วิ่ง

run

ดึง

pull

โยน

throw

ตก/หล่น

fall

นอนเหยียดยาว

lie

รอคอย

wait

ถือ

carry

นั่ง

sit

แต่งตัว

get dressed

นอนหลับ

sleep

ตื่น

wake up

มองดู

look at

ร้องไห้

cry

ลูบ

stroke

หวีผม

comb

พูดคุย

talk

เข้าใจ

understand

ถาม

ask

ฟัง

listen

ดื่ม

drink

กิน

eat

จัดให้เป็นระเบียบ

tidy up

รัก

love

ทำอาหาร

cook

ขับรถ

drive

บิน

fly

ล่องเรือ

sail

คำนวณ

calculate

อ่าน

read

เรียนรู้

learn

ทำงาน

work

แต่งงาน

marry

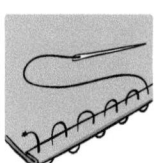

เย็บ

sew

แปรงฟัน

brush teeth

ฆ่า

kill

สูบบุหรี่

smoke

ส่ง

send

ย่า/ยาย
grandmother
ปู่/ตา
grandfather
father
แม่
mother
ทารก
baby
ลูกสาว
daughter
ลูกชาย
son

แขก

guest

ป้า

aunt

ลุง

uncle

พี่ชาย/น้องชาย

brother

พี่สาว/น้องสาว

sister

ร่างกาย

body

หน้าผาก
forehead
ตา
eye
ไหล่
shoulder
นิ้วมือ
finger
ใบหน้า
face
chin
มือ
hand
ขา
leg
หน้าอก
breast
แขน
arm

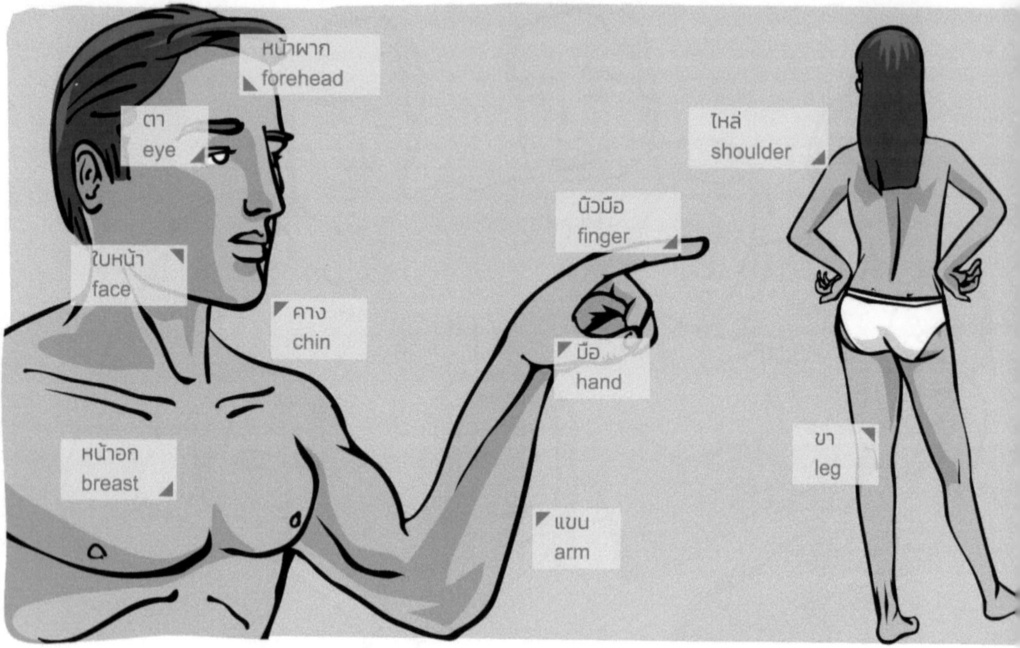

ทารก

baby

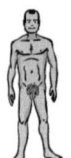

ผู้ชาย

man

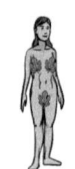

ผู้หญิง

woman

เด็กผู้หญิง

girl

เด็กผู้ชาย

boy

ศีรษะ

head

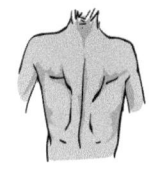

หลัง

back

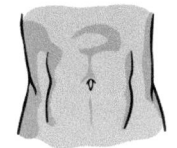

ท้อง

belly

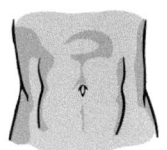

สะดือ

belly button

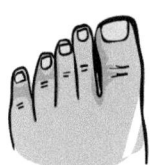

นิ้วเท้า

toe

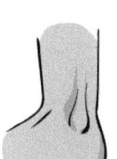

ส้นเท้า

heel

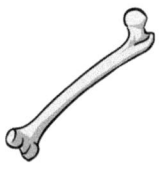

กระดูก

bone

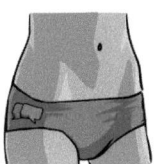

สะโพก

hip

หัวเข่า

knee

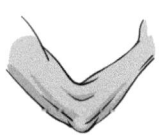

ข้อศอก

elbow

จมูก

nose

ก้น

bottom

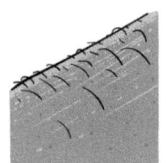

ผิวหนัง

skin

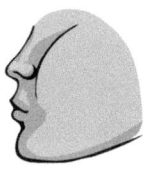

แก้ม

cheek

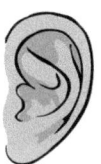

หู

ear

ริมฝีปาก

lip

ปาก

mouth

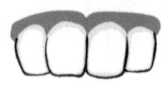

ฟัน

tooth

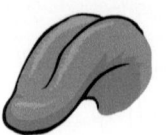

ลิ้น

tongue

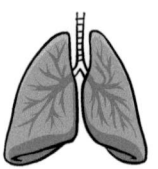

สมอง

brain

หัวใจ

heart

กล้ามเนื้อ

muscle

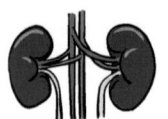

ปอด

lung

ตับ

liver

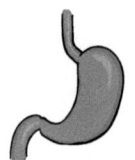

กระเพาะ

stomach

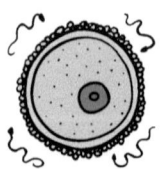

ไต

kidneys

เพศสัมพันธ์

sex

ถุงยาง

condom

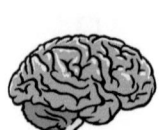

เซลล์ไข่

ovum

น้ำอสุจิ

semen

การตั้งครรภ์

pregnancy

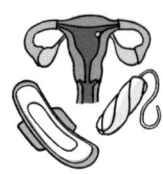

ประจำเดือน

menstruation

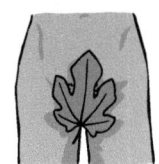

ช่องคลอด

vagina

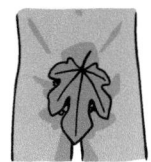

องคชาต

penis

คิ้ว

eyebrow

เส้นผม

hair

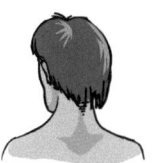

คอ

neck

โรงพยาบาล
hospital

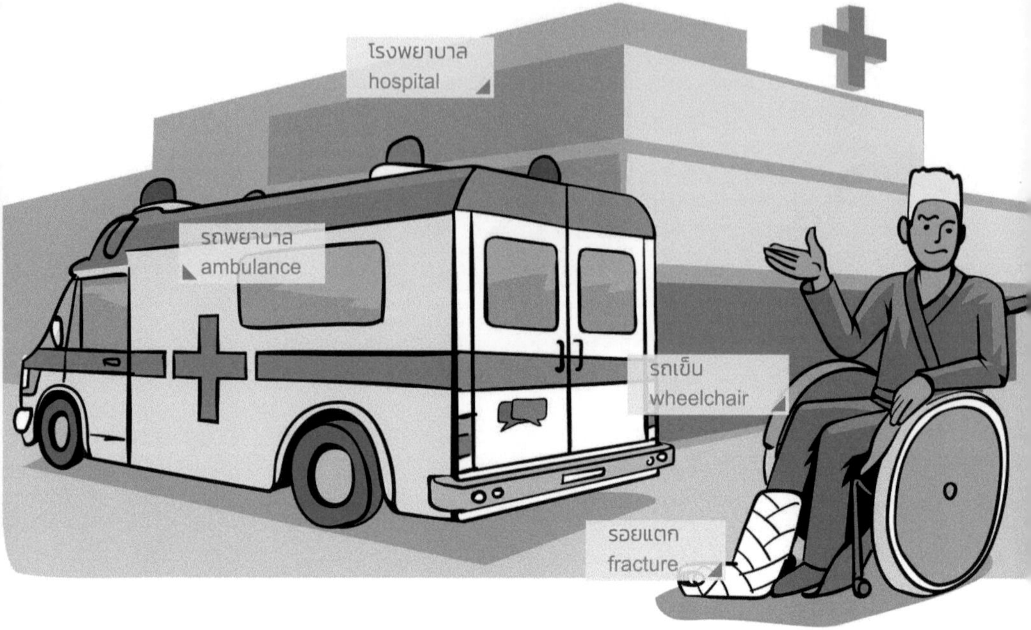

โรงพยาบาล
hospital
รถพยาบาล
ambulance
รถเข็น
wheelchair
รอยแตก
fracture

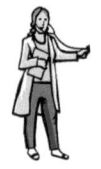

หมอ

doctor

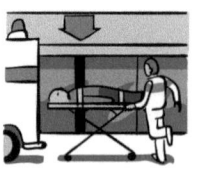

ห้องฉุกเฉิน

emergency room

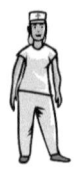

พยาบาล

nurse

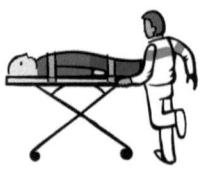

ฉุกเฉิน

emergency

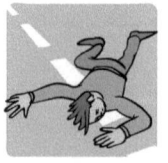

หมดสติ

unconscious

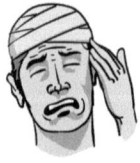

อาการเจ็บปวด

pain

การบาดเจ็บ

injury

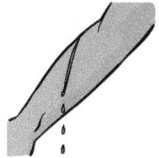

เลือดไหล

bleeding

หัวใจวาย

heart attack

โรคหลอดเลือดในสมอง

stroke

โรคภูมิแพ้

allergy

ไอ

cough

ไข้

fever

ไข้หวัด

flu

ท้องเสีย

diarrhoea

การปวดหัว

headache

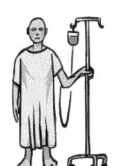

มะเร็ง

cancer

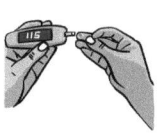

โรคเบาหวาน

diabetes

ศัลยแพทย์

surgeon

มีดผ่าตัด

scalpel

การผ่าตัด

operation

เครื่องเอกซเรย์คอมพิวเตอร์ควา
มเร็วสูง
CT

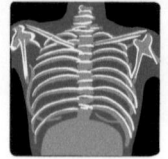

เอกซเรย์
x-ray

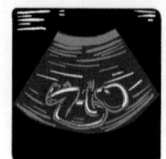

อัลตราซาวด์
ultrasound

หน้ากากอนามัย
face mask

โรค
disease

ห้องรอตรวจ
waiting room

ไม้เท้า
crutch

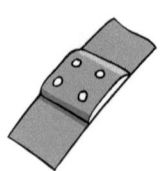

ปลาสเตอร์ยา
plaster

ผ้าพันแผล
bandage

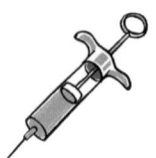

ฉีดยา
injection

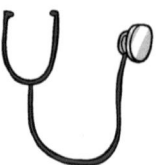

เครื่องฟังตรวจ
stethoscope

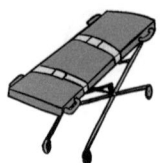

เปลหาม
stretcher

ปรอทวัดไข้
clinical thermometer

การเกิด
birth

น้ำหนักเกิน
overweight

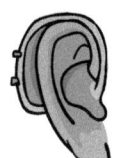

เครื่องช่วยฟัง

hearing aid

สารฆ่าเชื้อ

disinfectant

การติดเชื้อ

infection

ไวรัส

virus

เอชไอวี/เอดส์

HIV / AIDS

ยา

medicine

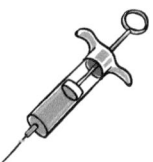

การฉีดวัคซีน

vaccination

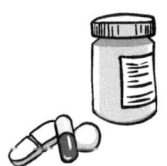

ยาเม็ด

tablets

ยาเม็ดกลม

pill

โทรออกฉุกเฉิน

emergency call

เครื่องวัดความดันโลหิต

blood pressure monitor

ป่วย/ สุขภาพดี

ill / healthy

ฉุกเฉิน

emergency

ช่วยด้วย!

Help!

สัญญาณเตือนภัย

alarm

การทำร้าย

assault

การโจมตี

attack

อันตราย

danger

ทางออกฉุกเฉิน

emergency exit

ไฟไหม้!

Fire!

ถังดับเพลิง

fire extinguisher

อุบัติเหตุ

accident

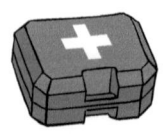

ชุดปฐมพยาบาลเบื้องต้น

first-aid kit

สัญญาณขอความช่วยเหลือ

SOS

ตำรวจ

police

โลก
Earth

ยุโรป

Europe

อเมริกาเหนือ

North America

อเมริกาใต้

South America

แอฟริกา

Africa

เอเชีย

Asia

ออสเตรเลีย

Australia

แอตแลนติก

Atlantic

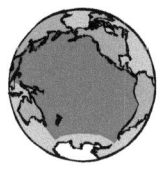

แปซิฟิก

Pacific

มหาสมุทรอินเดีย

Indian Ocean

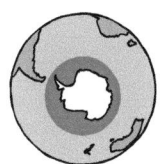

มหาสมุทรแอนตาร์กติก

Antarctic Ocean

มหาสมุทรอาร์กติก

Arctic Ocean

ขั้วโลกเหนือ

North Pole

ขั้วโลกใต้

South Pole

แอนตาร์กติกา

Antarctica

โลก

Earth

พื้นดิน

land

ทะเล

sea

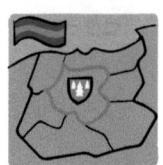

เกาะ

island

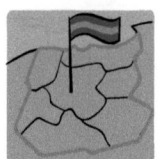

ชาติ/ประชาชาติ

nation

รัฐ

state

หน้าปัดนาฬิกา

clock face

เข็มชั่วโมง

hour hand

เข็มนาที

minute hand

เข็มวินาที

second hand

กี่โมงแล้ว?

What time is it?

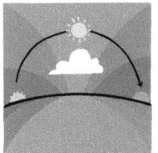

วัน

day

เวลา

time

ตอนนี้

now

นาฬิกาดิจิตอล

digital watch

นาที

minute

ชั่วโมง

hour

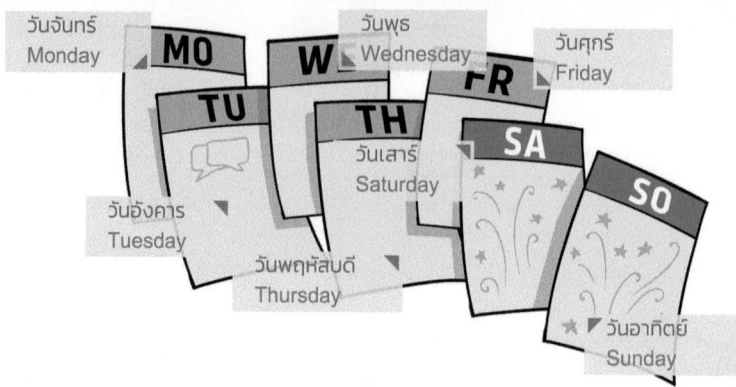

สัปดาห์

week

วันจันทร์
Monday
MO
TU
W
วันพุธ
Wednesday
TH
FR
วันศุกร์
Friday
SA
วันเสาร์
Saturday
วันอังคาร
Tuesday
วันพฤหัสบดี
Thursday
วันอาทิตย์
Sunday

TUE
MON

เมื่อวาน

yesterday

TUE

วันนี้

today

TUE

พรุ่งนี้

tomorrow

ตอนเช้า

morning

ตอนเที่ยง

noon

ตอนเย็น

evening

วันทำการ

business days

วันสุดสัปดาห์

weekend

ปี
year

รุ้งกินน้ำ
rainbow
ฝนตก
rain
ลม
wind
หิมะ
snow
ฤดูใบไม้ผลิ
spring
ฤดูใบไม้ร่วง
autumn
ฤดูร้อน
summer
ฤดูหนาว
winter

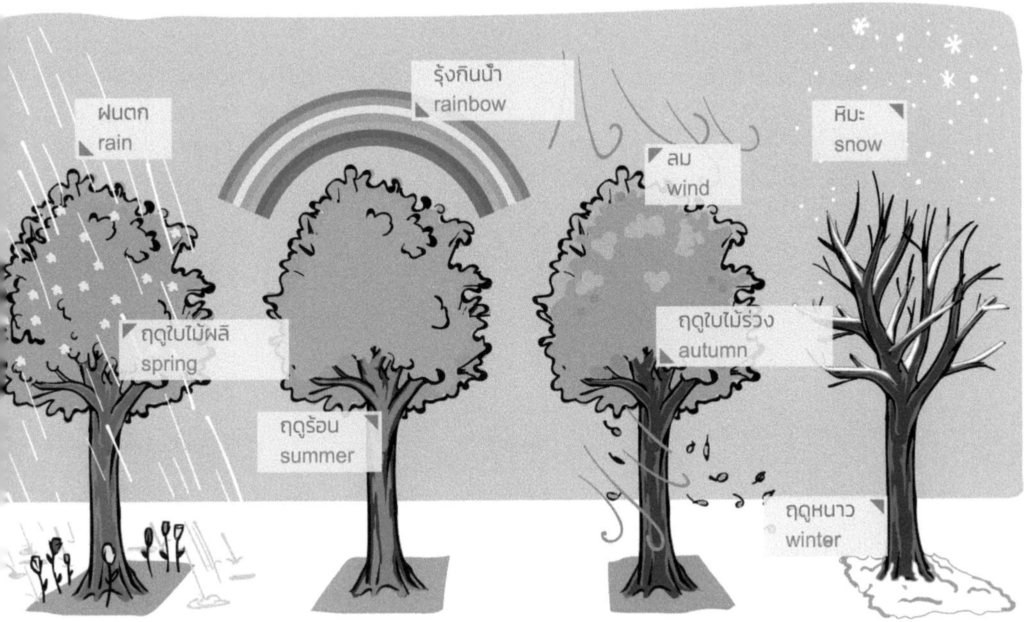

การพยากรณ์อากาศ
weather forecast

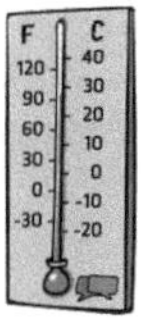

เครื่องวัดอุณหภูมิ
thermometer

แสงแดด
sunshine

ก้อนเมฆ
cloud

หมอก
fog

ความชื้น
humidity

ฟ้าแลบ/ฟ้าผ่า

lightning

ฟ้าร้อง

thunder

พายุ

storm

ลูกเห็บ

hail

ลมมรสุม

monsoon

น้ำท่วม

flood

น้ำแข็ง

ice

มกราคม

January

กุมภาพันธ์

February

มีนาคม

March

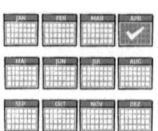

เมษายน

April

พฤษภาคม

May

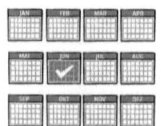

มิถุนายน

June

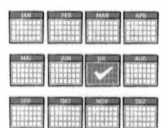

กรกฎาคม

July

สิงหาคม

August

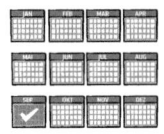

กันยายน

September

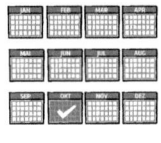

ตุลาคม

October

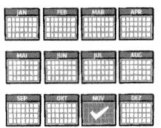

พฤศจิกายน

November

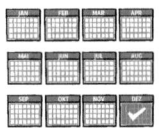

ธันวาคม

December

รูปร่าง
shapes

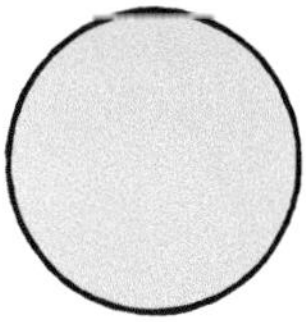

วงกลม

circle

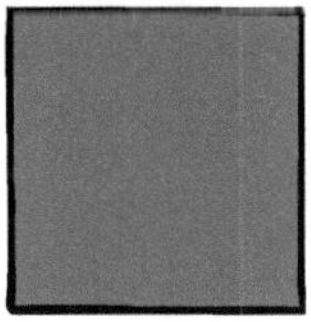

สี่เหลี่ยม

square

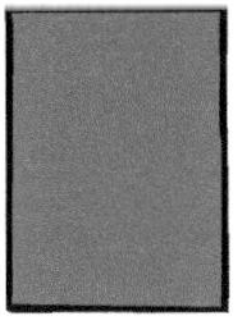

สี่เหลี่ยมผืนผ้า

rectangle

สามเหลี่ยม

triangle

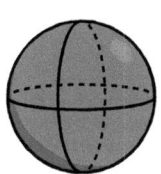

ทรงกลม

sphere

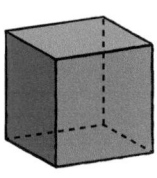

ลูกบาศก์

cube

สี

colours

ขาว

white

เหลือง

yellow

ส้ม

orange

ชมพู

pink

แดง

red

ม่วง

purple

ฟ้า

blue

เขียว

green

น้ำตาล

brown

เทา

grey

ดำ

black

ตรงกันข้าม

opposites

มาก/ น้อย

....

a lot / a little

ฉุนเฉียว/ สงบ

....

angry / calm

สวยงาม/ น่าเกลียด

....

beautiful / ugly

เริ่มต้น/ จบ

....

beginning / end

ใหญ่/ เล็ก

....

big / small

สว่าง/ มืด

....

bright / dark

้องชาย,พี่ชาย/ น้องสาว,พี่สาว

....

brother / sister

สะอาด/ สกปรก

....

clean / dirty

สมบูรณ์/ ไม่สมบูรณ์

....

complete / incomplete

กลางวัน/ กลางคืน

....

day / night

ตาย/ มีชีวิต

....

dead / alive

กว้าง/ แคบ

....

wide / narrow

กินได้/ กินไม่ได้

edible / inedible

ชั่วร้าย/ ใจดี

evil / kind

น่าตื่นเต้น/ น่าเบื่อ

excited / bored

อ้วน/ ผอม

fat / thin

อย่างแรก/ สุดท้าย

first / last

เพื่อน/ ศัตรู

friend / enemy

เต็ม/ ว่างเปล่า

full / empty

แข็ง/ นุ่ม

hard / soft

หนัก/ เบา

heavy / light

หิว/ กระหายน้ำ

hunger / thirst

ป่วย/ สุขภาพดี

ill / healthy

ผิดกฎหมาย/ ถูกกฎหมาย

illegal / legal

ฉลาด/ โง่

intelligent / stupid

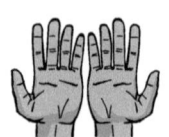

ซ้าย/ ขวา

left / right

ใกล้/ ไกล

near / far

ใหม่/ ใช้แล้ว

new / used

ไม่มี/ บางสิ่งบางอย่าง

nothing / something

แก่/ หนุ่ม

old / young

เปิด/ปิด

on / off

เปิด/ ปิด

open / closed

เงียบ/ ดัง

quiet / loud

รวย/ จน

rich / poor

ถูก/ ผิด

right / wrong

ขรุขระ/ เรียบ

rough / smooth

เศร้า/ ดีใจ

sad / happy

สั้น/ ยาว

short / long

ช้า/ เร็ว

slow / fast

เปียก/ แห้ง

wet / dry

อบอุ่น/ หนาวเย็น

warm / cool

สงคราม/ สันติภาพ

war / peace

เลข/จำนวน
numbers

0	**1**	**2**
ศูนย์	หนึ่ง	สอง
zero	one	two
3	**4**	**5**
สาม	สี่	ห้า
three	four	five
6	**7**	**8**
หก	เจ็ด	แปด
six	seven	eight
9	**10**	**11**
เก้า	สิบ	สิบเอ็ด
nine	ten	eleven

12
สิบสอง
twelve

13
สิบสาม
thirteen

14
สิบสี่
fourteen

15
สิบห้า
fifteen

16
สิบหก
sixteen

17
สิบเจ็ด
seventeen

18
สิบแปด
eighteen

19
สิบเก้า
nineteen

20
ยี่สิบ
twenty

100
หนึ่งร้อย
hundred

1.000
หนึ่งพัน
thousand

1.000.000
หนึ่งล้าน
million

ภาษา

languages

ภาษาอังกฤษ

English

ภาษาอังกฤษแบบอเมริกัน

American English

ภาษาจีนแมนดาริน

Chinese Mandarin

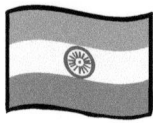

ภาษาฮินดี

Hindi

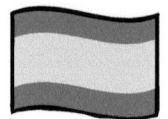

ภาษาสเปน

Spanish

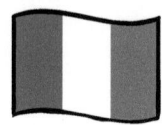

ภาษาฝรั่งเศส

French

ภาษาอาหรับ

Arabic

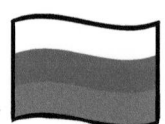

ภาษารัสเซีย

Russian

ภาษาโปรตุเกส

Portuguese

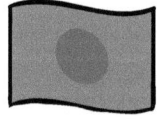

ภาษาเบงกอล

Bengali

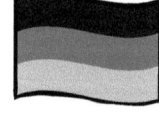

ภาษาเยอรมัน

German

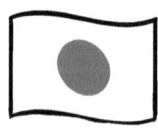

ภาษาญี่ปุ่น

Japanese

ใคร / อะไร / อย่างไร
who / what / how

ฉัน

I

เธอ

you

เขา / หล่อน / มัน

he / she / it

พวกเรา

we

พวกคุณ

you

พวกเขา

they

ใคร?

who?

อะไร?

what?

อย่างไร?

how?

ที่ไหน?

where?

เมื่อไหร่?

when?

ชื่อ

name

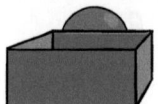

ที่ไหน

where

ข้างหลัง

behind

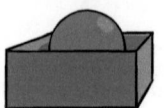

ใน

in

ข้างหน้า

in front of

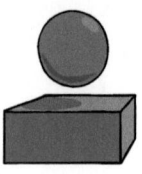

เหนือ

over

บน

on

ใต้

under

ด้านข้าง

beside

ระหว่าง

between

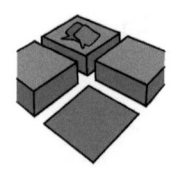

ตำแหน่ง

place